Hipon and Biya

Story by
Carla Pacis

Illustrations by
Joanne de Leon

Adarna  House

On the white sand of a coral reef lived Hipon and Biya.
Although they were not of the same sort,
they lived together in a burrow that Hipon had dug out.
They were happy living this way.

Sa maputing buhangin ng isang tangrib
nakatira si Hipon at si Biya.
Kahit hindi magkauri, magkasama silang nakatira
sa isang lunggang binungkal sa buhangin ni Hipon.
Masaya sila sa ganitong pamumuhay.

It was Hipon's job to keep the burrow clean
and free from any sand particles
the waves constantly brought in.
With his ten long, spiny legs, this was no problem.
He was also in charge of making sure
that Biya ate a proper meal.

Trabaho ni Hipon na panatilihing malinis ang kanilang lungga.
Hindi niya hinahayaang pasukin ito ng buhanging dala
ng mga alon. Dahil sa sampu niyang mahahaba
at matitinik na binti, hindi ito problema.
Kaniya ring sinisigurado na kumakain nang maayos si Biya.

For his part, Biya fiercely guarded the burrow from trespassers.
He also made sure Hipon was safe from the big, hungry fish
that thought his thin shell was absolutely scrumptious.
Each time Biya saw a large fish nearby,
he would flick his tail several times, and Hipon, who couldn't see very well,
would rush into the burrow for safety.

Si Biya naman ay mahigpit na binabantayan ang lungga
mula sa mga nais mang-abala. Kaniya ring tinitiyak na ligtas si Hipon
mula sa malalaki't gutom na isda na sarap na sarap sa manipis nitong balat.
Tuwing may papalapit na malaking isda, agad na ipipilantik ni Biya
ang buntot nang ilang beses. At si Hipon, na malabo ang mga mata,
ay magmamadaling papasok sa lungga upang makaiwas sa panganib.

On stormy days, Hipon would plug the entrance to the burrow with a pebble. Both he and Biya were safe from the waves that swirled and pushed against the coral reef. It was on such a day that their troubles began.

Kapag bumabagyo, hinaharangan ni Hipon ng bato ang bungad ng lungga.
Dahil dito, ligtas si Hipon at si Biya mula sa mga along humahampas
sa tangrib. Ganitong panahon nang magsimula ang kanilang alitan.

The storm had been raging over several days
and Hipon was tired of pushing away
the sand that kept falling
into the burrow.

**"Don't just stand there!
Do something!"**

yelled the exhausted Hipon.
"But what?" answered Biya.
"Nothing can come
into the burrow to eat us."
Hipon knew that to be true.
But why did he have to do all the work?

Ilang araw na ring bumabagyo at pagod na si Hipon sa pagtutulak
ng buhanging pumapasok sa kanilang lungga.
"Wag ka ngang lumangoy-langoy lang! Kumilos ka naman diyan!"
sigaw ng pagod na pagod na si Hipon.
"Ano namang magagawa ko?" sagot ni Biya.
"Wala namang makapapasok sa lungga para tayo'y kainin."
Alam ni Hipon na tama si Biya.
Pero bakit kailangang siya lang ang laging magtrabaho?

"Fetch me food!" Hipon ordered. "Scratch my back!"
"But I only have fins!" answered Biya,
who could not do anything Hipon ordered
even if he wanted to.
Hipon knew that to be true, too,
but continued to nag Biya.

"Ikuha mo ako ng pagkain!" utos ni Hipon.
"Kamutin mo ang likod ko!"
"Pero mga palikpik lang ang mayroon ako!" sagot ni Biya,
na gustuhin man ay di magawa ang mga utos ni Hipon.
Alam ni Hipon na tama si Biya
ngunit patuloy pa rin nitong kinulit si Biya.

Life became unbearable for Biya.
As soon as the storm passed, he swam out of the burrow.
"Where are you going?" asked Hipon.
"To find another burrow!" answered Biya.
And with a flick of his tail, he was gone.

Hindi na matiis ni Biya ang nangyayari.
Kaya pagkatapos ng bagyo, lumangoy siya palabas ng lungga.
"Saan ka pupunta?" tanong ni Hipon.
"Maghahanap ako ng ibang lungga!" sagot ni Biya.
Sa isang pilantik ng kaniyang buntot, siya'y nawala.

"Bllb," bubbled Hipon as he crawled back into the burrow.
"If Biya thinks I need him, he's very wrong."
Eventually, shortsighted Hipon ventured outside.
Waiting for him at the entrance was a very hungry moray eel!
Before the eel's sharp, jagged teeth could chomp on him,
Hipon managed to slip back into the burrow
with only a part of one leg missing.

"Bllb," sambit ni Hipon at gumapang siyang pabalik sa lungga.
"Kung sa kaniyang palagay ay kailangan ko siya, nagkakamali siya."
Di nagtagal, lumabas si Hipong malabo ang mata.
Isa palang pindangga ang naghihintay sa kaniya sa labas ng lungga!
Buti na lang at bago siya manguya ng matutulis at bako-bakong ngipin
ng pindangga, nakapasok sa lungga si Hipon, na bahagi lang
ng isang binti ang nawawala.

Before the sun had come down on the reef,
a very scared Hipon had almost been eaten
not only by a moray eel
but also by a passing dolphin
and a wandering sea turtle.
"I'll be fish food soon without Biya,"
cried a very miserable Hipon.

Bago pa man lumubog ang araw sa tangrib,
ang takot na Hipon ay muntik nang makain
hindi lamang ng pindangga,
kundi pati ng isang lumba-lumba
at isang pawikan.
"Siguradong magiging pagkaing isda ako ngayong wala na si Biya,"
iyak ng kaawa-awang si Hipon.

Biya, on the other hand, was not very far away.
"Do you need a fish to guard your burrow?"
he asked all the shrimps he encountered.
The shrimps shook their heads.
All the other burrows had a fish and didn't need another.
"Where will I sleep tonight?" wailed a burrow-less Biya,
as he cowered in fear behind a large rock,
hoping every time a large wrasse passed by
that it did not spot the homeless fish.

Di naman nalalayo si Biya.
"Kailangan mo ba ng isda para magbantay ng lungga?"
tanong niya sa lahat ng hipon na makasalubong.
Ngunit ang bawat lungga ay may sariling biya
at hindi na nangangailangan ng isa pa.
"Saan ako matutulog?" tangis ni Biya na walang lungga,
habang takot na takot na nagtatago sa likod ng isang malaking bato,
umaasang di siya mapansin ng dumadaang maming.

By high tide, Biya was starving.
He had not eaten since he had left his burrow.
"Who will dig out my food?" he cried as he tried to scoop a meal from the sand floor with his fins, only to find sand.

Pagdating ng pagtaas ng tubig, gutom na gutom na si Biya.
Hindi pa siya kumakain magmula nang umalis siya
sa kaniyang lungga.
"Sino'ng magbubungkal para sa pagkain ko?" taghoy niya,
habang sinusubukang sumandok ng makakain sa buhangin
gamit ang kaniyang mga palikpik.

Just after sunrise the next day, Hipon worked his way out of the burrow.
And who should be waiting outside but a very hungry and very dirty Biya!
"You're back!" shouted a very happy Hipon
stretching out his nine and a half spiny legs to Biya.
"I need you to watch over me! I promise to be nicer
and will never ask you to do anything I know you cannot."

Pagsikat ng araw, nagbungkal si Hipon palabas ng lungga.
At sino pa nga ba ang naghihintay sa labas kundi ang napakarumi
at gutom na gutom na si Biya!
"Nagbalik ka!" sigaw ng napakasayang Hipon, na akmang yayakapin si Biya
gamit ang kaniyang siyam at kalahating binti.
"Kailangan kita upang bantayan ako! Ipinapangako kong
magpapakabait na ako at hindi na ipagagawa ang alam kong
hindi mo kayang gawin."

"That's good to know," said Biya,
 who was just as happy to be back home.
"I need you to scratch up my food and dig me a home.
 All the other shrimps have partners
 and the reef can be a dangerous and lonely place
 for a homeless and lonely fish," said Biya
 as he flicked his tail three times to warn Hipon
 of a hungry stonefish lurking in the coral nearby.

"Mabuti naman," sabi ni Biya,
 na masayang-masaya rin dahil siya'y nakauwi na.
"Kailangan naman kita para ihanap ako ng pagkain
 at para ipagbungkal ako ng bahay.
 Lahat ng ibang hipon ay may kapares na
 at ang bahayang isda ay isang mapanganib at malungkot na lugar
 para sa isang biyang walang tirahan," dagdag pa ni Biya,
 sabay pilantik ng buntot nang tatlong beses
 bilang babala na may isang gutom
 na gatasan na gumagala
 sa di kalayuang koral.

And so Hipon and Biya lived together
in a burrow that Hipon had dug out.

They were happy living this way.

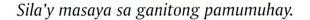

*Kaya't magkasamang namuhay sina Hipon at Biya
sa isang lunggang binungkal ni Hipon.*

Sila'y masaya sa ganitong pamumuhay.

ONE AMAZING PARTNERSHIP

Different kinds of creatures live in coral reefs. Some are big and some are small. Some eat plants, while others eat smaller, helpless animals. And some have good eyesight, while others are nearly blind. That's why Hipon and Biya have decided to become partners—to help each other survive in this dangerous neighborhood!

Hipon has such poor eyesight that he can't even see if a large eel is about to gobble him up! Good thing Biya has volunteered to be his bodyguard. The moment Biya senses danger, he flicks his tail rapidly, making the water move and alerting Hipon who might be busy digging here and there. Hipon will then rush inside their house—a temporary burrow—to hide and wait for Biya to give the "All clear!" signal.

Most of the time, Hipon places one antenna on Biya's tail to maintain communication, especially when both are far from the safety of their home. You could say that Hipon is one nervous fellow so he needs plenty of early warnings if a hungry fish happens to wander in their part of the reef.

Aside from building and maintaining the burrow, Hipon digs up food particles for Biya to eat. Biya finds it difficult to get food for himself so Hipon makes sure that Biya doesn't go hungry.

Hipon provides Biya with food and shelter; Biya gives Hipon the protection he needs. No wonder, this one-of-a-kind partnership—a mutual symbiosis between a creature with legs and a creature with fins—is quite amazing. This shows that no matter how different two animals may be, they can still find ways to help each other out and live together happily ever after.

Adarna House
Trademark of Adarna House, Inc.

First printing of the first edition, 2004
First printing of the second edition, 2005
Second printing of the second edition, 2006
Third printing of the second edition, 2008
Fourth printing of the second edition, 2009
Fifth printing of the second edition, 2010
Sixth printing of the second edition, 2012
Seventh printing of the second edition, 2013

Printed in the Philippines
Published by Adarna House, Inc.

Story by Carla Pacis
Illustrations by Joanne de Leon

ISBN 971-508-238-6

For comments and suggestions, you may call Adarna House at 352-6765,
write us at 109 Scout Fernandez corner Scout Torillo Streets, Brgy. Sacred Heart, Quezon City,
or e-mail adarnahouse@adarna.com.ph.

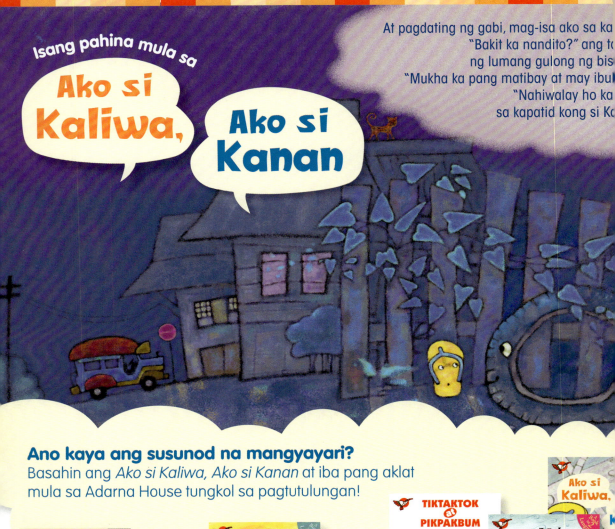